Name: ______________________

Date: ______________________

Age: ______________________

Location: ______________________

MEMORY

Name: ______________________________________
Date: ______________________________________
Age: _______________________________________
Location: ___________________________________

MEMORY

Name: ______________________________

Date: ______________________________

Age: ______________________________

Location: ______________________________

MEMORY

Name: ____
Date: ____
Age: ____
Location: ____

MEMORY

Name: ______________________________

Date: ______________________________

Age: ______________________________

Location: ______________________________

MEMORY

Name: ______________________________

Date: ______________________________

Age: ______________________________

Location: ______________________________

MEMORY

Name: ____

Date: ____

Age: ____

Location: ____

MEMORY

Name: ______________________________
Date: ______________________________
Age: ______________________________
Location: ______________________________

MEMORY

Name: ____

Date: ____

Age: ____

Location: ____

MEMORY

Name: ____________________

Date: ____________________

Age: ____________________

Location: ____________________

MEMORY

Name: ____

Date: ____

Age: ____

Location: ____

MEMORY

Name: ________________________________

Date: ________________________________

Age: ________________________________

Location: ________________________________

MEMORY

____

____

____

____

____

____

____

____

____

____

____

____

____

____

____

____

____

____

____

____

____

____

____

____

Name: ____

Date: ____

Age: ____

Location: ____

MEMORY

Name: ____

Date: ____

Age: ____

Location: ____

MEMORY

Name: ____________________

Date: ____________________

Age: ____________________

Location: ____________________

MEMORY

Name: ____________________

Date: ____________________

Age: ____________________

Location: ____________________

MEMORY

Name: ____

Date: ____

Age: ____

Location: ____

MEMORY

Name: ______________________________________

Date: ______________________________________

Age: ______________________________________

Location: ______________________________________

MEMORY

Name: ____________________

Date: ____________________

Age: ____________________

Location: ____________________

MEMORY

Name: ____

Date: ____

Age: ____

Location: ____

MEMORY

Name: ______________________________
Date: ______________________________
Age: ______________________________
Location: ______________________________

MEMORY

Name: ____________________

Date: ____________________

Age: ____________________

Location: ____________________

MEMORY

Name: ____

Date: ____

Age: ____

Location: ____

MEMORY

Name: ______________________________
Date: ______________________________
Age: ______________________________
Location: ______________________________

MEMORY

Name: ______________________________
Date: ______________________________
Age: ______________________________
Location: ______________________________

MEMORY

Name: ______________________________

Date: ______________________________

Age: ______________________________

Location: ______________________________

MEMORY

Name: ______________________________

Date: ______________________________

Age: ______________________________

Location: ______________________________

MEMORY

Name: ______________________________

Date: ______________________________

Age: ______________________________

Location: ______________________________

MEMORY

Name: ____

Date: ____

Age: ____

Location: ____

MEMORY

Name: ______________________________

Date: ______________________________

Age: ______________________________

Location: ______________________________

MEMORY

Name: ____

Date: ____

Age: ____

Location: ____

MEMORY

Name: ______________________________
Date: ______________________________
Age: ______________________________
Location: ______________________________

MEMORY

Name: ______________________________

Date: ______________________________

Age: ______________________________

Location: ______________________________

MEMORY

Name: ______________________________

Date: ______________________________

Age: ______________________________

Location: ______________________________

MEMORY

Name: ____________________

Date: ____________________

Age: ____________________

Location: ____________________

MEMORY

Name: ____

Date: ____

Age: ____

Location: ______________________________________

MEMORY

Name: ______________________________
Date: ______________________________
Age: ______________________________
Location: ______________________________

MEMORY

Name: ____

Date: ____

Age: ____

Location: ____

MEMORY

Name: ______________________________

Date: ______________________________

Age: ______________________________

Location: ______________________________

MEMORY

Name: ______________________________
Date: ______________________________
Age: ______________________________
Location: ______________________________

MEMORY

Name: ____

Date: ____

Age: ____

Location: ____

MEMORY

Name: ___

Date: ___

Age: ___

Location: ___

MEMORY

Name: ____

Date: ____

Age: ____

Location: ____

MEMORY

Name: ______________________________

Date: ______________________________

Age: ______________________________

Location: ______________________________

MEMORY

Name: ____

Date: ____

Age: ____

Location: ____

MEMORY

Name: ______________________________
Date: ______________________________
Age: ______________________________
Location: ______________________________

MEMORY

Name: ____

Date: ____

Age: ____

Location: ____

MEMORY

Name: ______________________________________
Date: ______________________________________
Age: ______________________________________
Location: ____________________________________

MEMORY

Name: ______________________________
Date: ______________________________
Age: ______________________________
Location: ______________________________

MEMORY

Name: ______________________________

Date: ______________________________

Age: ______________________________

Location: ______________________________

MEMORY

Name: ____________________

Date: ____________________

Age: ____________________

Location: ____________________

MEMORY

Name: ______________________________
Date: ______________________________
Age: ______________________________
Location: ______________________________

MEMORY

Name: ___________________________________

Date: ___________________________________

Age: ___________________________________

Location: ___________________________________

MEMORY

Name: ______________________________

Date: ______________________________

Age: ______________________________

Location: ______________________________

MEMORY

Name: ______________________________

Date: ______________________________

Age: ______________________________

Location: ______________________________

MEMORY

Name: ______________________________
Date: ______________________________
Age: ______________________________
Location: ______________________________

MEMORY

Name: ______________________________

Date: ______________________________

Age: ______________________________

Location: ______________________________

MEMORY

Name: ____

Date: ____

Age: ____

Location: ____

MEMORY

Name: ______________________________

Date: ______________________________

Age: ______________________________

Location: ______________________________

MEMORY

Name: ______________________________

Date: ______________________________

Age: ______________________________

Location: ______________________________

MEMORY

Name: ______________________________

Date: ______________________________

Age: ______________________________

Location: ______________________________

MEMORY

Name: ____

Date: ____

Age: ____

Location: ____

MEMORY

Name: ____________________
Date: ____________________
Age: ____________________
Location: ____________________

MEMORY

Name: ______________________________
Date: ______________________________
Age: ______________________________
Location: ______________________________

MEMORY

Name: ______________________________

Date: ______________________________

Age: ______________________________

Location: ______________________________

MEMORY

Name: ______________________________

Date: ______________________________

Age: ______________________________

Location: ______________________________

MEMORY

Name: ____

Date: ____

Age: ____

Location: ____________________________________

MEMORY

Name: ______________________________

Date: ______________________________

Age: ______________________________

Location: ______________________________

MEMORY

Name: ______________________________
Date: ______________________________
Age: ______________________________
Location: ______________________________

MEMORY

Name: ___

Date: ___

Age: ___

Location: ___

MEMORY

Name: ______________________________

Date: ______________________________

Age: ______________________________

Location: ______________________________

MEMORY

Name: ______________________________

Date: ______________________________

Age: ______________________________

Location: ______________________________

MEMORY

Name: ______________________________

Date: ______________________________

Age: ______________________________

Location: ______________________________

MEMORY

Name: ______________________________
Date: ______________________________
Age: ______________________________
Location: ______________________________

MEMORY

Name: ______________________________
Date: ______________________________
Age: ______________________________
Location: ______________________________

MEMORY

Name: ______________________________

Date: ______________________________

Age: ______________________________

Location: ______________________________

MEMORY

Name: ______________________________

Date: ______________________________

Age: ______________________________

Location: ______________________________

MEMORY

Name: ______________________________
Date: ______________________________
Age: ______________________________
Location: ______________________________

MEMORY

Name: ______________________________

Date: ______________________________

Age: ______________________________

Location: ______________________________

MEMORY

Name: ______________________________

Date: ______________________________

Age: ______________________________

Location: ______________________________

MEMORY

Name: ______________________________
Date: ______________________________
Age: ______________________________
Location: ______________________________

MEMORY

Name: ____________________

Date: ____________________

Age: ____________________

Location: ____________________

MEMORY

Name: ______________________________

Date: ______________________________

Age: ______________________________

Location: ______________________________

MEMORY

Name: ____________________
Date: ____________________
Age: ____________________
Location: ____________________

MEMORY

Name: ______________________________
Date: ______________________________
Age: ______________________________
Location: ______________________________

MEMORY

Name: ________________________________

Date: ________________________________

Age: ________________________________

Location: ________________________________

MEMORY

Name: ______________________________
Date: ______________________________
Age: ______________________________
Location: ______________________________

MEMORY

Name: ______________________________

Date: ______________________________

Age: ______________________________

Location: ______________________________

MEMORY

Name: ______________________________

Date: ______________________________

Age: ______________________________

Location: ______________________________

MEMORY

Name: ______________________________
Date: ______________________________
Age: ______________________________
Location: ______________________________

MEMORY

Name: ______________________________
Date: ______________________________
Age: ______________________________
Location: ______________________________

MEMORY

Name: ______________________________

Date: ______________________________

Age: ______________________________

Location: ______________________________

MEMORY

Name: ______________________________
Date: ______________________________
Age: ______________________________
Location: ______________________________

MEMORY

Name: ______________________________
Date: ______________________________
Age: ______________________________
Location: ______________________________

MEMORY

Name: ____________________

Date: ____________________

Age: ____________________

Location: ____________________

MEMORY

Name: ____________________

Date: ____________________

Age: ____________________

Location: ____________________

MEMORY

Name: ______________________________

Date: ______________________________

Age: ______________________________

Location: ______________________________

MEMORY

Name: ____________________

Date: ____________________

Age: ____________________

Location: ____________________

MEMORY

Name: ____

Date: ____

Age: ____

Location: ____

MEMORY

Name: ____

Date: ____

Age: ____

Location: ____

MEMORY

Name: ____

Date: ____

Age: ____

Location: ____

MEMORY

Name: ___________________________________

Date: ___________________________________

Age: ___________________________________

Location: ___________________________________

MEMORY

Name: ______________________________
Date: ______________________________
Age: ______________________________
Location: ______________________________

MEMORY

Name: ______________________________

Date: ______________________________

Age: ______________________________

Location: ______________________________

MEMORY

Name: ______________________________
Date: ______________________________
Age: ______________________________
Location: ______________________________

MEMORY

Name: ______________________________

Date: ______________________________

Age: ______________________________

Location: ______________________________

MEMORY

Name: ______________________________

Date: ______________________________

Age: ______________________________

Location: ______________________________

MEMORY

Name: ______________________________
Date: ______________________________
Age: ______________________________
Location: ______________________________

MEMORY

Name: ______________________________

Date: ______________________________

Age: ______________________________

Location: ______________________________

MEMORY

Name: ______________________________

Date: ______________________________

Age: ______________________________

Location: ______________________________

MEMORY

Name: ______________________________
Date: ______________________________
Age: ______________________________
Location: ______________________________

MEMORY

Name: ______________________________

Date: ______________________________

Age: ______________________________

Location: ______________________________

MEMORY

Name: ____________________

Date: ____________________

Age: ____________________

Location: ____________________

MEMORY

Name: ______________________________

Date: ______________________________

Age: ______________________________

Location: ______________________________

MEMORY

Name: ______________________________

Date: ______________________________

Age: ______________________________

Location: ______________________________

MEMORY

Name: ______________________________
Date: ______________________________
Age: ______________________________
Location: ______________________________

MEMORY

Name: ______________________________

Date: ______________________________

Age: ______________________________

Location: ______________________________

MEMORY

Name: ____________________

Date: ____________________

Age: ____________________

Location: ____________________

MEMORY

Printed in Germany
by Amazon Distribution
GmbH, Leipzig

30717256R00070